கண்ணாடி பிழை

பதிப்பகம்

POETRY WORLD ORG

First Edition : 2020

கண்ணாடி பிழை

தலைமை தொகுப்பாளர்

சே.அ.பார்கவி

தொகுப்பாளர்

காவிய கவிதா. S

கண்ணாடி பிழை

நம் மேலுள்ள பிழைகளை உணராமல் வேறொருவர் மீதுள்ள

பிழைகளை கூறும் நமக்கு, கண்ணாடியில் தோன்றும்

நம்முடைய பிரதிபலிப்பு நம்மில் உள்ள பிழைகளை

நினைவுகளாகவோ, ஆனந்தமாகவோ, அழுகையாகவோ,

உணர்ச்சிவசமாகவோ எடுத்து கூறுவதே இந்த கவிதை

திரட்டு.

தலைமை தொகுப்பாளர்

இவள் திருமதி.பார்கவி சிவபிரகாஷ், மஞ்சள் மாநகரமான ஈரோட்டை சேர்ந்தவள். இவள் புனைப்பெயர் "கவியின் கவிதை". கணிதவியல் முதுகலை பட்டம் முடித்தவள். இன்று தன் கனவுகளை முழு மனதோடு ஆர்வமாய் பின் தொடர்கிறாள்.

தனது இன்ஸ்டாகிராம் பக்கத்தில் *(@kaviyinkavithai)* ஏறத்தாழ *2500*க்கும் மேற்பட்ட குறுங்கவிதைகள், நீள்கவிதைகள் பல புனைந்துள்ளார். *Spectrum of thoughts*ல் இணை எழுத்தாளராகவும், தன் முதல் கவிதை திரட்டான *"Enticement of fondness/*காதலின் தாகங்கள்*"* தொகுத்துள்ளார். இப்பொழுது *Poetry World Organisation*ல் தலைமை தொகுப்பாளராய் பல கவிதை திரட்டினை வழங்கி வருகிறார்

உன்னோடு உரையாடும் இரவுகள்

எண்ணிலடங்கா இன்பங்களை

அனுபவித்தேன்..

நீண்ட நாட்களின்பின் நிம்மதியான நித்திரை

கொண்டு வந்தேன்...

எனக்காய் நீ இறுதிவரை என்னோடு இருப்பாய் என

முழு நம்பிக்கை கொண்டேன்...

இவைதான் காதல் என அவற்றின் அர்த்தங்களை

அறிந்து வந்தேன்...

ஆணுக்குள்ளும் ஓர் தாய்மை உணர்வை

உண்டு என்பதனை ஸ்பரிசம் கொண்டேன்...

என் முழு வாழ்நாட்களும் உனக்காய் மட்டுமென

உறுதி பூண்டேன்...

உனக்கானவளாய் வாழும் பேறு பெற்றேன்...

இறுதியில் யாவும் சிலகாலம் மட்டும்

வாய்த்த பாக்கியம் என புரிந்தும் கொண்டேன்...

கவியின் கவிதை

தொகுப்பாளர்

கற்றுக்கொள்வதும் கற்றுக்கொடுப்பதும் குறிக்கோளாகி

வாழ்க்கையைக் கற்றுக்கொள்ளும் பயண விரும்பி.

நினைவுகளை, நடந்தவைகளை வார்த்தைத் தொகுப்பாக்கி

சேமித்து வைக்கும் திண்ம எண்ணம் கொண்டவள் நான்.

நான் காதல் கவிதைகளை

வேறு யாருக்காகவும்

எழுதுவதில்லை*!*

எனக்கே எனக்காக மட்டுமே

எழுதிக்கொள்கிறேன்*!!*

என்னை விட

என்னை யார் நன்றாக

புரிந்துக் கொள்ள முடியும்*!!!*

என்னை விட என்னை யார் அதிகம்

காதலிக்க முடியும்*!!!*

காவிய கவிதா. S

உள்ளடக்கம்

அப்பா செல்லம்

காற்று வாங்க கடற்கரைக்குப் போனோம்

எங்க அப்பா கையப்பிடிச்சுக்கிடேன்

பெரிய அலை என்னைப்பிடிக்க வர,

எங்க அப்பா பின்னாடி ஒளிஞ்சிக்கிட்டேன்

மண்ணுல நடக்க கால் வலிக்குதுன்னு நான் சொல்ல,

எங்க அப்பா என்னை தோள்மேலே தூக்கிட்டாரு

வலிச்ச கால்களை புடிச்சிவிட்டு ராத்திரி முழுக்க

கதைசொல்லி எங்க அப்பா என்னை தூங்கவச்சாரு

அப்பப்பா எங்க அப்பாவுக்கு என்மேல எவளோ பாசம்

அவங்கப்பா ரொம்ப மோசம்

எங்க அப்பாவ விட்டுட்டு

அவங்கப்பா அவங்க நண்பரெல்லாம் ஒன்னா

தனியா முதியவர் இல்லத்துல சந்தோசமாக இருக்காங்க.

சபரிநாதன் முத்துவேல்

அவளின் புன்னகை

வழிகளும் வலிகளாக

கனவுகளும் கண்ணீரில் கரைய!

வாழ்வை வேதனையோடு வேடிக்கைப் பார்க்க

அவள் இதயம் இளைப்பாற

கன்னத்தில் குழி!

பொய்யாய் ஒரு புன்னகை!

கண்ணீர் வற்றிய

கண்களில்.

இதோ!

போர்க்களங்களில்

போராட ஆயுத்தமாகிறாள்

மறுபடியும்!

வழியெல்லாம் வலிகள்!

புன்னகையே மொழிகள்.

கா.சுபஸ்ரீ
(இளங்கலை இதழியல்)

அவளே கவிதை

எப்படியாவது அவள் அழகை

கவிதையில் புகழ வேண்டும்!

எதனுடன் ஒப்பிடுவது? நிலவு?

வேண்டாம் நிறைய காதலர்கள்

தன் காதலிகளை நிலவுடன் ஒப்பிட்டு விட்டனர்,

"நிலா பல பெண்களின்

அழகுகளை பிரதிபலித்துக் காட்டுகிறது"

அலை, கடல், மழை அழகிய பூந்தோட்டம்?

இவை எதுவுமே வேண்டாம்

இவை எல்லாமே ரசிக்கப்பட்டு விட்டது.

பிறகு எதனுடன் ஒப்பிடுவது?

யோசித்துப் பார்த்தேன்,

அவளின் அழகை சிறிதும்

பிழையின்றி புகழும்

கண்ணாடித் துகள்களை கொண்டே

"கவிதை" என எழுதி விட்டேன்!

A.Santhosh

அவன் மூடனே

வறுமை பாதி, முதுமை மீதி:
இடையிடை நாட்களில்
உரிமைகள்
மௌனம் அடைபட்டு,
அடிமைப்பட்டு,
உறவிழந்து,
உணர்விழந்து,
இரை தேடும் மிருகமாய்
தாள் ஒன்றைத் தேடி
ஓடும் நாட்களில்,
மனிதம் தேடும்,
மனிதன் இருப்பின்;
அவன் மூடனே!

செ.முகில்

ஆணின் பய பிழை

கடன் தொல்லைகளைக் கடந்திட வேண்டும் என்ற பயம்,

கடமைகளைச் செய்திட வேண்டும் என்ற பயம்,

தமக்கைக்கு ஏற்ற துணை தந்திட வேண்டும் என்ற பயம்,

தவறுதலாய் பேசும் சொந்தங்கள் முன்

விழுந்திடக்கூடாது என்ற பயம்,

வாய்ப்புக்காக ஏங்கிடும்போதும் பயம்,

வேலைக்காக அலைந்திடும் போதும் பயம்,

காதலியின் முகம் காணாமல்

காலங்கள் கடந்திடுவேனோ என்ற பயம்,

என் கனவுகள் எல்லாம் நிஜமாகாமல்

நினைவுகள் ஆகிடுமோ என்ற பயம்,

பயம் என்ற கண்ணாடி கீறிக்கொண்டே இருக்க

சிந்தும் இரத்தங்களுக்கு மருந்தாய்

சிகரம் அடைந்திடுவேன், பயத்தை வென்றிடுவேன்,

ஒரு நாள் ஜெயித்திடுவேன்.

கவி

ஆறுதல் கூற யாருமில்லை எனக்கு என்னைத் தவிர

தாயின் கருவறையில் இருந்து உதிக்கும் பொழுது

அனைவரும் மகிழ்ந்தனர்

நான் மட்டும் அழுதேன்

அன்று தொடங்கியது

இன்று வரை அதுவே இயல்பாக உள்ளது..

மகிழ்ச்சி சோகம் இரண்டும் கலந்துதான் பயணிக்கிறேன்

ஆனால் கண்ணீர் மட்டும் நிலையானதாக இருக்கிறது.

சிலநாளில் தாயின் அரவணைப்பில் இருந்து தகர்த்தெறிய

பட்டேன்

அடைக்கலம் தேடி அலைந்தேன் அன்பு காட்ட பலரும்

வந்தனர்

அவர்கள் காட்டுவது அன்பா என்றறியும் முன்பே பிரிந்து

சென்றனர்

இன்று நான் எழுதும் கிறுக்கல்கள்

எல்லாம் உயிர்பெற்று எனக்கு ஆறுதல் கூறுகிறது

சில நேரங்களில் கண்ணாடியும் ஆறுதல் கூறும்

கண்ணாடியில் என் முகம் தெரிவதால்,

கண்ணாடியில் என் முகம் தெரியவில்லை என்றால்

கண்ணாடியும் பிழையே!

Karthikinkavithai

இதயமே

உன் கனவுகள் உடைபடும் போதெல்லாம்.

இரவுகள் உடைந்து பகலாவதை

நினைவில் கொள்!

உன் வாழ்வு தேயும் தருணமெல்லாம்.

பேனா முனையும் தேய்ந்தபின்

நன்றாக பயணிக்கும்

என்பதை நினைவில் கொள்!

மனமது மதுவினால்

மெதுவாகாது!

மௌனத்தினால் தான்

வலிதாகும்!

வலிதாங்கும்

இதயமாய் மாறு.

இதயமே!

R. Divya

இயல்பாய் ஒரு காதல்

இன்னிசையாய் ஒரு பாடல்

இதமாய் ஒரு ஊடல்

இணக்கமாய் ஒரு கூடல்

இதையெல்லாம் சேர்த்து

இயல்பாய் ஒரு காதல் செய்வோமா?

ஆயிரமாயிரம் ஆண்டுகள் உன்னுடன்

அளப்பறியா சேட்டைகள்

சிறு சிறு தீண்டல்கள்

சின்னஞ்சிறு சீண்டல்கள் செய்து

இயல்பாய் ஒரு காதல் செய்வோமா?

இருவரின் உயிரும் அவரவருள் உலாவிக்கிடந்திட

இயல்பாய் ஒரு காதல் செய்வோமா?

காலங்கள் போற்றும்

காவியக் காதலாக இல்லாவிடினும்

மனம் நிறைந்த காதலாக

இயல்பாய் ஒரு காதல் செய்வோமா?

சந்தான செல்வி. S

இவள் என்னவனீன் நினைவில்

நீ செய்த பிழையா?
நான் செய்த பிழையா?
நான் அறிகிலேன்!
நிந்தன் மணப்பெண்
நானே என்றிருந்தேன்...
நீயோ மனம் மட்டும் பறித்து விட்டு வேறு மணம்
ஆகிவிட்டாய்?
வேறு ஒருவரின் மனம் பறிக்கச் சென்று விட்டாயோ?
உன் மார்பில் கிடந்து வாழ்க்கை நகர்த்த எண்ணிய இவளை.
ஆயுள் முழுதும் உன் நினைவோடு வாழ பழித்தது ஏனோ?
காலம் செய்த பிழையோ?
என் பிம்பம் காட்டும் கண்ணாடியும்
ஏனோ என்னை மறைத்து
உன்னைக் காட்டுகிறது.
ஒரு வேளை கண்ணாடிப் பிழையோ?

சரண்யா தேவி குமரவேல்

இரவின் தாகம்

நீண்டொரு நாள் தொடராதோ! - நேற்றின்
சுகம் கொஞ்சம் மீதம் வருதோ!
கண்டொரு விழியும் படருதோ - காற்றின்
வேகம் மெல்ல கூசுதோ!

நாணம் ஊறும் நேர்த்தியோ - கார்விழி
கரையும் விடியல் சூரியன் மறையுதோ
சணல் நெளிவு மனம் - ஆடுதோ
தரையும் வெட்கம் கொள்ளுதோ!

தண்டைச்சுவடு நெஞ்சம் - பதியுதோ
பாதம் தாங்கும் பூங்கர மாவேனோ!
சண்டை கொள்ளும் இருவிழி - முந்தி
இதமனத்தில் காதல் துளிர்ப்பாயோ!

சூர்யா சிவன்

இன்னும் கொஞ்சம் நேரம்

இன்னும் கொஞ்சம் நேரம் கொடு

நீ அள்ளி முடியும்

உன் கண்ணோரக் கூந்தலில் சிக்கிக் கொள்கிறேன்

நீ வீசும் உன் கடையோரக் கண் பார்வையில் பட்டு

மழைத்துளியாய் சிதறிக் கொள்கிறேன்

நீ கடந்துசெல்லும் போது

உன் மூச்சுக் காற்றின் உஷ்ணத்தில்

உயிர் சூடேற்றி கொள்கிறேன் - கட்டவிழ்த்து விடும்

உன் சிரிப்பில் மூச்சு முட்டத் தத்தளித்து கொள்கிறேன்

நீ இல்லாத உன் தனிமையின்

நினைவுகளோடு சஞ்சரித்து கொள்கிறேன்

நீ திரும்பி பார்க்கும்

உன் கடைசி பார்வையில் சிறை எடுத்துக் கொள்

இன்னும் கொஞ்சம் நேரம் கொடு...!

Joshua

உயிரற்ற காதலின் உயிருள்ள நினைவுகள்

மனதில் என்றோ

என்னுடன் மணம் முடித்தவளுக்கு

நாளை மண நாளாம்!!

அடகு வைத்த இதயத்தை மட்டும்

பெற்றுத் திரும்புவதா?

இல்லை வட்டியாய் கொடுத்த காதலையும்

சேர்த்து கேட்பதா?

வாயை மூடாமல் பேசிக்கொண்டே இருப்பவள்

இன்று மௌனத்தை மட்டும் பரிசாய் தருகிறாள்!!

காதல் பரிசுகளை

கொடுக்கச் சென்ற காதல்

இன்று கண்ணீரை மட்டும்

பரிசாய் பெற்று வீடு திரும்புகிறது,

உயிரற்ற காதலின்

உயிருள்ள நினைவுகளோடு!!

சினேகா. ரா

உனக்காக நான்

இருப்பேனோ இறப்பேனோ

தெரியாது,

சாபமாய் நினைத்த

வாழும் ஆசையை வரமாய் மாற்றினாய்.

மறுப்பேனோ மறப்பேனோ

தெரியாது,

சித்திர கனவாய் கண்ணெதிரில்

தோன்றினாய்.

தொடர்வேனோ தொடுவேனோ

தெரியாது,

தூரமாய் இருப்பது நீயும் நானும் நம் மனதில்.

மன்னிப்பாயோ தண்டிப்பாயோ

தெரியாது,

பொய்யாய் பிரிந்தேன்

மெய்யாய் காத்திருக்கிறேன்

உனக்காக நான்.

Karthikeyan. K

எதில் பிழை

கணவனாவாய் எனக் காதல் செய்தேன்.

கானலாய்ப் போகுமென அறியாமல்.

கண்டதெல்லாம் வெறும் கனவாய்

கலைத்துச் சென்றாய் நீ

நான் தவிப்பில்

காணும் இடமெங்கும் உன் பிம்பம்

கண்டது என் கண்கள் அன்று.

நீ உடைத்த என் மனதின் ஒவ்வொரு சிதைவிலும்

உன் பிம்பம் காண்கிறேன் இன்று.

காட்சிப் பிழையா?

என் மனக் கண்ணாடியில் பிழையா?

இல்லை என் காதல் தான் பிழையா?

அறிந்தவர்கள் உரைப்பீரோ...

பிழைகளைத் திருத்திக் கொள்ளக் காத்திருக்கிறேன்.

கை. ப்ரியா

உன்னில் உனை உணர்

இவனின்றி நானில்லை, இவளின்றி நானில்லை,
என எண்ணும் இடத்தில் நீ வீழ்கிறாய்!
எவர் இன்றியும் நான் நிலைப்பேன், பிழைப்பேன்,
என எண்ணும் இடத்தில் நீ எழுகிறாய்...
எவர் இன்றியும் தடை கடந்து வென்று விடு..
அறிவெனும் ஆயுதம் ஏந்தி,
உயிரெனும் கேடயம் தாங்கி,
வாழ்வெனும் போர்க்களம் புகுந்து விடு...
அடக்கம் எனும் படைபலம் கொண்டு
துவக்கம் எனும் முழக்கமிட்டு
துயரமெனும் எதிரியை வீழ்த்தி விடு..
பிழையொன்று உன் வாழ்வில் உண்டென்றால்
வாழ்க்கையெனும் போரை புறக்கணிப்பதாகும்...
தடையொன்று கடந்து போர்க்களம் புகுந்து
விடையொன்று காண்பாய் என்றால்
போரின் வெற்றியை நீ ருசிப்பதாகும்....

Abish S.H

என் கற்பனை காதல்

என் உடைந்த கண்ணாடியில் உன் பிம்பம் தெரிந்தால்

உடைந்து போவது பிம்பம் மட்டும் அல்ல என் காதலும்

தான்...

உன்னை மட்டும் காட்டும் பிம்பம்

உனக்குள் இருக்கும் எனை காட்ட மறுப்பது ஏன்?

இது காதல் பிழையா?

இல்லை என் கற்பனை வாழ்க்கையா?

உன் கோபம் வடிவ குறுஞ்செய்தி

எனக்கு இசை வரியாய் ஆகிறதே...

அதை எந்தப் பிழையில் நான் கூறுவேன்?

பிம்பத்தை மட்டும் காட்டும்

கண்களும் கண்ணாடியும் ஒன்று தான்

எதுவும் அன்பின் எல்லையைக் காட்டுவதில்லை....

கற்பனை கண்ணாடியை போல் நொறுங்கும்

காதல் பிழையில்..

என் கற்பனை வாழ்வில் கண்ணாடிப் பிழையே அதிகம்....

திலகவதி கண்ணன்

என் காதல் கண்ணீர்

நீ கண்ணாமூச்சி விளையாடினாய்..

வீதி விளையாட்டில்

என் கண்ணருகே வட்டமிட்டாய்..

காதல் விளையாட்டில்

தேடுவதில் சுகம் என்றே தேனீயாய் சுற்றி வந்தேன்..

ஓடுவதில் குறி என்றே ஓட்டமாய் ஒளிந்து கொண்டாய்..

வலை விரித்துப் பிடிக்க வலிய வந்தேன்..

மீனாக கைநழுவி கவிழ்ந்து போனாய்..

ஆனந்த கடலில் ஆர்ப்பரித்து நீந்தி விட்டாய்...

அதே அலையின் ஆர்ப்பரிப்பின் தேடலில் நான்..

கைநழுவ காரணம் பலவாக இருப்பினும்..

விரித்த வலையே ஓட்டையாக இருக்கலாமா?

ஒவ்வொரு முறையும் கண்ணாடி முன்...

என் அன்பு பிரகாசமாய்..

நம்பிக்கை பாடமாய்..

ஏமாற்றம் அனுபவமாய்...

Priyamanaval — ShanmugaPriya

என் செய்வேன் நான்

இந்த பாழாய்ப் போன உலகத்தில் என் செய்வேன்? - நான்
உடை மட்டுமல்ல,
எங்களின் மனதும் கருப்பாய் உள்ளது - சட்டம்
ஆடை மட்டுமே வெண்ணிறம்
எங்கள் மனதல்ல - மருத்துவம்
சாக்கடை என்றாலும்,
பூச்செண்டாய் மணக்கும் எங்களுக்கு - அரசியல்
ஏட்டில் மட்டுமே சாதியில்லை - கல்வி
பெண்ணுரிமை எல்லாம் வசனத்தில் மட்டுமே மற்றபடி
கசாப்பு கடை தோலுரிப்போம் - சினிமா
நோய்களுக்கு மருந்து கிடையாது
மருந்துகளுக்கு புதிய புதிய நோயுண்டு - அறிவியல்
என் செய்வேன்? இவ்வுலகில்!

KAIRA

என் படுக்கை அறையின் கண்ணாடிகள்

என் வாழ்வில் சுக்கு நூறாய் உடைந்த

பல கண்ணாடிகளை எனக்கு தெரியும்

அதில் ஒரு கண்ணாடி தன்னை எப்பொழுதும்

ஏதோ ஒன்றின் பின் மறைத்துக்கொண்டே இருக்கும்

மற்றொரு கண்ணாடி எண்ணற்ற சோகங்களை

தனக்குள் வைத்துக்கொண்டு அதை மறைக்க

அடிக்கடி தன் மேல் பாதரசம் பூசிக்கொள்ளும்

வேறொரு கண்ணாடி இருள் நிறைந்த

அறையில் அழுது கொண்டிருக்கும்

சில கண்ணாடிகள் அதிகமாக நம்மை கோபப்படுத்தும்,

இப்படி எண்ணற்ற நிலைக் கண்ணாடிகள்

என் வாழ்க்கை அறையில் நிறைந்திருக்கிறது.

ஒருபோதும் கண்ணாடிகள் தன்னை வெளிப்படுத்துவதில்லை

மாறாக எதிர் நிற்பவரையே அது பிரதிபலிக்கிறது..

Prasanth Alto

என் வாழ்க்கை

முட்டாள் செய்ததை நீயும் செய்தாய்.

மூடன் செய்ததை நீயும் செய்தாய்.

கள்வன் செய்ததை நீயும்

கடைசியில் உன் வாழ்க்கையில்.

பல தவறுகளும் செய்தாய்.

உன் வாழ்வும் கண்ணாடிப்பிழையாய் மாறிவிட்டது.

மனமே நீ மாறிவிடு.

அன்பு என்னும் காற்றாய்.

காதல் என்னும் கருணையால்.

நட்பு என்னும் பாசத்தால்.

நீ மாறிவிடு

உன்னைப்போல் இவ்வுலகில்

ஒருவன் இல்லை என்று.

நீ மாறிவிடு

மாற்றம் ஒன்றுதான் மாறாதது.

Tms. Saravanakumar

என்னவள்

என்னவளின் கருவிழிகளோ என்னை வசியம் செய்கிறது...

கூந்தலின் மனமோ என்னை சேவை செய்ய அழைக்கிறது...

இரு கரங்களோ அன்பால் அரவணைக்கக் காத்திருக்கிறது...

அவள் மடிமெத்தையோ சொர்க்கத்திற்கு

அழைத்துச் செல்ல வா என்று

அழைப்பு மடல் போட்டுள்ளது...

இதழ்களோ தாகம் தணிக்க வா என்றது..

சலங்கை ஒலியோ நான் இருக்கும் இடத்தை கூறு என்று

கண்ணாமூச்சி விளையாட்டை அரங்கேற்றியது...

காதல் மோகத்தில் என்னவள் அருகில் செல்ல

கண்களை திறந்தால் கண்ணாடியில் என் பிம்பம்...

ஓ! கனவா என்று நகைத்துக் கொண்டு

ஏக்கத்தில் மூழ்கினேன்...

நந்தினி சாமிநாதன்

ஏய் கண்ணாடிப் பிழையே

பேசிவிடும் எதையேனும் உனது பார்வைகள்,
கூசிவிடும் உள்ளுணர்வு அதனைப்பற்றி,
எத்தனை யுகங்கள் நாம் கடந்து காத்தோம்,
காதலெனும் பெருஞ்சொத்தை நமக்குள்ளேயே,
மயங்கிக்கிடந்த நீ உணர்ந்திருக்க வாய்ப்பில்லை,
என்றாலும் பதியம்தான் அதுவெல்லாம் எனக்குள்ளே...

எங்கோ விழுந்திருக்கிறது மின்னலின் கீற்றொன்று,
தடுமாறி தடம்மாறிப்போனது ஏன் அன்பனே?
இன்றைக்கு சுகமென்று இல்லை எனது சகவாசம்,
என்றாலும் முயல்கின்றாய் என்னோடு சேர்ந்திருக்க,
ஜென்மங்கள் தொடர்கின்ற உறவினிலே மறைவேது?
விழிதவறி மொழியிடறி கண்ணாடிப்பிழை செய்தாய்....

ப.பாரத்கண்ணன்

கடவுட் பிழை

அவர்கள் ஏன் அடைத்து வைக்கப்பட வேண்டும்?
அவர்களும் வாழத்தானே இவ்வுலகிற்கு வந்தார்கள்...
அவர்கள் ஓசைகள் எவர் காதுகளுக்கும் எட்டவில்லை...
அவர்கள் எண்ணங்களுக்கு உருவமும்
கொடுக்கப்படவில்லை.
ஆனால், அவர்களுக்கும் உணர்வுகள் உண்டு...
உயிரற்றுப்போன அவர்களது கனவுகளுக்கு
செவிசாய்ப்பார் யாரோ?
எவருமறியா உளறல் மொழியுடன், இயற்கையின் இசைவில்
உளறிக்கொண்டே இருக்கிறார்கள்! யாருமறியாமலே
மனம் பிறழ்ந்தவர்களாய் அவர்கள் ஏன்
படைக்கப்படவேண்டும்?
மனிதனின் காதுகளுக்கு எட்டாத அவர்களது மொழிகள்
இறைவனுக்கு என்றேனும் எட்டுமென்று மனவலியுடன்
அவர்களது பிரார்த்தனைகள் அவனுக்கு புரியுமென்றும்
தொடர்கிறது அவர்கள் மொழிகள்!
கண்ணாடி உடைந்த பிம்பமாய் கடவுட் பிழை!

சங்கீதா நாகு

கண்ணாடி மனம்

மனமே... மனமே... கண்ணாடி மனமே...

நீ உடைந்து எனை உடைக்கிறாய்...

நான் உடைந்ததனால் உனை நினைக்கிறேன்....

உடைத்தது சிறு கல்லோ...

அல்ல சிறு சொல்லோ...

உன் முன் பேசும் மனிதர்களின் சொல்லை எப்போதும்

பிரதிபலி....

உன் பின் பேசும் மாக்களின் சொல்லை

இப்போதும் ஒரு பிரதி பதி....

என் மனக்கண்ணாடியாய் நீ ....

உன் ஆடியாய் நான்...

காட்சி பிழை என்றாய் நீ...

கண்ணாடியே பிழை என்றேன் நான்....

மனமும் ஒருவித வாலிதானே....

ஒன்று மரம்தனை தாவும்...

மற்றொன்று மரத்தமிழ்தனை கவியால் மேவும்....

D.G .Vallal

கண்ணாடியிலும் பிழை கண்களிலும் பிழை

ஒரே கல் தான்!

ஒரே மதிப்பு தான்!

ஆனால் அதன் மதிப்பை

கூட்டவும் குறைக்கவும் முடியுமானால்

அது சிற்பியின் கைகளில் உள்ளது!

கடவுளாகச் செதுக்கினால்

கோவிலின் கருவறைக்கு உள்ளே.

பிச்சைக்காரனாகச் செதுக்கினால்

கோவிலின் முற்றத்திற்கு வெளியே.

ஆனால் இரண்டுமே கல் தான்!

ஆனால்,

அது பார்ப்பவரின் கண்களைப் பொருத்ததும்!

அகிலா நாகராசன்

கண்ணாடியே பிரதிபலிப்பு

ஓரப் பார்வை பார்த்தேன்!

மறுமுனையில் அழகிய கண்களில் அதே பார்வை!

பவள செவ்வாயில் பற்கள் புதைத்து,

இதழ் பூட்டால் இறுகிய முகத்தில், சுயம் அறியா சுனாமி

புன்னகை!

கண்கள் வியந்து, கை விரல்கள் விரித்து,

புருவம் உயர்த்தி, மௌனம் கலைத்து உரைத்தேன்..

ஒரு பெரிய ஹாய்!

மறுமுனையில் அதே பெரிய ஹாய்!

குமுத இதழ் குவித்து யாருமறியா கணப்பொழுதில்

செய்தேன்

சத்தமில்லா ஒரு முத்த சைஹை!

மறுமுனையில் மின்னி மறைந்தது அதே முத்த சைஹை!

என் இத்துணை உணர்சிகளையும்

இலகுவாய் பிரதிபலிக்கும் பிம்பம் யார்?

என் அருமை காதலியா? இல்லை

கண்ணாடியில் நான்.

அழகை பேரழகாய் காட்டும்

முகம் பிரதிபலித்து அகம் உணரச்செய்யும்

கண்ணாடி செய்த பிழைதான் என்னவோ?

Palanivelrajan. K

கர்வ காட்சிப் பிழை

அடிக்கடி என்னை உன்னில் பார்த்து

ஆனந்தம் கொள்கிறேன்

அரிதாரம் பூசி அழகாக்கி கொண்டு

ஆலாபனை பாடுகிறேன்

கோவ மொழிகளை எனக்குள் நானே

பேசி பேசி மௌனமாகிறேன்

அழகென்ற ஒன்றை மிடுக்காய் அடுக்காய்

அடியெடுத்து அளக்கின்றேன்

மெத்தனமாய் மெல்ல சாயம் பூசி

முகத்தை மறைத்து அகத்தை மறைக்கின்றேன்

எல்லாம் மாயமென்பதை பிரதிபலிக்கும்

பிம்பமாய் எதிரொளிக்கிறேன்

காட்சி கொண்டு கண்கள் சிரிக்க

கர்வப் பிழையை திருத்தம் செய்கிறேன்.

SIVA KRISH

கருப்பும் சிறப்பே

மூடிய கண்கள் முழிக்கும் வரையில்...
முன்னே தெரிவது முழுவதும் கருப்பே..
வாடிய வனத்தை வளமாய் மாற்றும்
வர்ணனின் வாசல் வரமென கருப்பே..
தாடி மீசையில் தணலாய் தெரியும்
தமிழன் வீரம் தரமென கருப்பே..!

கோடித் தாரகை கொட்டிக் கிடக்கும்
கொள்ளை அழகை கொஞ்சும் கருப்பே..
தாயினம் சுமக்கும் தண்ணீர் குடத்தில்
தங்கிய காலம் தயவாய் கருப்பே..!
ஆயிரம் உவமை அள்ளித் தருவேன்
அத்தை மகளும் அற்புத கருப்பே..!

Rajkumar. Nrn

காதலின் பிரிவு

நிலவென மாறிய நின்முகம்

இன்று கண்ணீரின் வழியே

உறைந்து போனதென்ன...

உன்னோடு நடந்த நடைபாதை

இன்று என்னை கேலி செய்வதென்ன...

உன் உரையாடலும் உன் பிம்பமும்

இன்று நினைவுச் சின்னமாய் மாறியதென்ன...

ஒரே நாளில் நம் காதல்

கண்ணாடி பிழை ஆனதோ...

இது விதியின் மாற்றமா? அல்லது

நம் காதலின் சாபமா?

Vinothini Adaikkalasamy

குடிமை அன்பின் குற்றம்

குரல்வளையினில் காதலாய் சிக்கி,

குரங்காய் மனதினுள் தாவி,

குயவனாய் அன்பு பானைச் செய்து,

குளிர்ந்த நீராய் குடியிருந்த நேசனே!

குறும்புத்தனம் காணலிலே குறுநாவல் எழுதினேன்!

குளிர்காய்ச்சல் குறியினிலே கட்டி அணைத்து கொண்டேன்!

குண்டூசி ஓட்டையினிலே நுழைத்து வைத்து இரசித்தேன்!

குருதி சொந்தத்தின் காதல் புரியலையா? கண்ணனே!

குதிக்காலிலே பாசத்தை மிதித்து எறிந்தாய்!

குப்பைத் தொட்டியிலே தூர தூக்கி வீசினாய்!

என் பாசம் வெளிக்காட்டிய வெளிவேடம் இல்லை நான்!

உன்னை அறியாத எழுத்தறிவற்ற பேதை அல்ல நான்!

காதல் கொண்டிருந்த அமிலமாய் தவிக்கின்றேன் இன்று!

என் அன்பே!

உன்னை சுமக்கும் வரம் ஒன்று தா!

இவள்,

கலாம் நேசகி அபிதா

தனிமை

கண்மூடும்போது வரும் கற்பனைகள் கவிதையாக!

கள்ளமில்லா உள்ளம் எல்லாம் குழந்தையாக!

மழைச்சாரலின் ஓசையும் மனம் வருடும் இசையாக!

காற்றில் அசையும் மரமும் அழகிய மயிலின் நடனமாக!

அலைபேசியின் அதிர்வுகளும் அன்பின் அமைப்புகளாக!

மறக்க முடியாத நினைவுகளும் மாறாத அன்பாக!

மலரின் சிறுதுளி தேனும் தித்திக்கும் இனிப்பாக!

என் கண்ணீரைத் தாங்கும்

தலையணையும் என் தாயின் மடியாக!

மாறும் உலகில்.

மாறும் மனிதர்களின் மத்தியில்.

மாறாத ஒன்றாய்

அனைத்தையும் அழகூட்டும் என் "தனிமை".

பத்மாவதி

நான் கண்ட பிழை

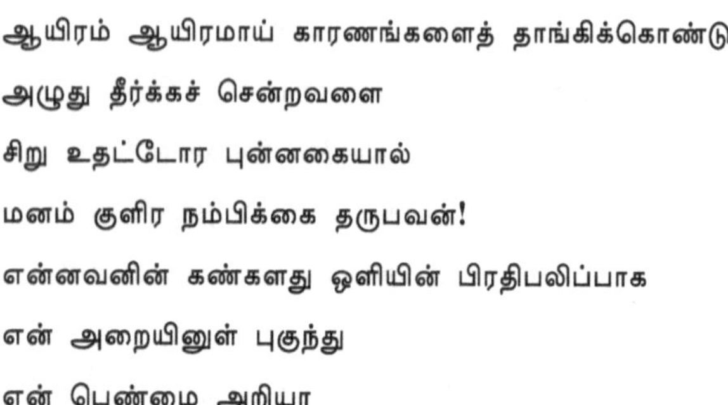

ஆயிரம் ஆயிரமாய் காரணங்களைத் தாங்கிக்கொண்டு
அழுது தீர்க்கச் சென்றவளை
சிறு உதட்டோர புன்னகையால்
மனம் குளிர நம்பிக்கை தருபவன்!
என்னவனின் கண்களது ஒளியின் பிரதிபலிப்பாக
என் அறையினுள் புகுந்து
என் பெண்மை அறியா
நாணங்களை கவர்ந்து செல்பவன்!

நித்தம் அழுகை சிரிப்பு வெறுமை என்று
எதுவாயினும் நிற்காமல்
உன்னை நாடி வரும் இதயமும்
கால்களும் அலுத்துத்தான் போய்விட்டதடா!
என்றேனும் ஒருநாள் என் விழிநீர்
துடைக்க உன் கரம் முன்வருமானால்
அன்று போக்கிக்கொள்கிறேன்.
நின்னுள் நான் கண்ட பிழையை!

மகிழினி

நிழலின் நிஜம்

உன்னை நீ யாரென உன்னில் தேடு

உன் பயன் தெரிந்திட உன் பயம் கைவிடு

கண்ணாடி பிம்பம் அதில் பொய்யில்லையே

முன்னாடி நீ பார்ப்பது நிஜமல்லவே

மற்றவர்களுக்காக நீ உன்னை இங்கு மறைப்பதேன்

ஊரெங்கும் சென்று உன் பயமது உரைப்பதேன்

நீ காணும் பிழையை நீயே திருத்திட

உந்தன் பிம்பம் அது உன்னைக் காட்டிட

உன் பயம் அதை நீயே உடைத்தெறி

அப்போது தான் நீ உன்னை உணர்வாய்.

Ram Mohan. N

நீ வேறு..! நின் நிழல் வேறு..!

மெய்யோடும் பொய்யோடும் அகமோடும் புறமோடும்
இன்பமோடும் துன்பமோடும் பரிணாமங்கள் காட்டும்
ஓட்டுநர்.
நீ வேறு!
உயர்வோடும் தாழ்வோடும் மெலிவோடும் பருமனோடும்
மறைவோடும் வெளிவந்தும்
அதிசயங்களைக் காட்டும் பயனாளி.
நிழல் வேறு!
நின் விலகாத நட்பும் நிழலே!
நின் விடைபெறா உறவும் நிழலே!
நின் துயரங்களிலும் விலகாததும் நிழலே!
நின் இறப்புவரை நீடிக்கும் நிழலே!
நிழல் கொண்டு நின்னையோ,
நின்னை கொண்டு நிழலையோ
எடை போட்டு விடாதே! ஏனெனில்,
நீ வேறு! நிழல் வேறு!

Anusuya. A

நூலிழை உறவு

ஆதியில் அவனைப் புதியவனாயறிந்த மனமும்
அந்தத்தில் தன்னுள் பாதியானவனாயறிந்த தேனோ?
நம்மிடையே நடந்தவையெல்லாம் நூலாய்த் திரிந்து
சிலந்தி போல் நம்மைச் சுற்றி அழகாய் ஞாபக வலை
நெய்து வர.
எங்கோ தடுமாறி விழுந்தேன் உன் அன்பின் ஆழத்தில்.
எழவும் மனமில்லாமல் விழவும் துணிவில்லாமல்
சிக்கியிருக்க
காதலுக்கும் நட்பிற்கும் இடையிலான
நூலிழையில் நானும் அன்பின் வலையை வளர்த்து வர.
வலையின் காலதர் வழி கண்ணாடி விளக்கியது
உணர்வு பிழையால் பிறந்த கரும்பிம்பத்தினை!
அனைத்துப் பிழைகளும் திருத்தப்படும் என்றெண்ணியது
கண்ணாடியின் பிழையோ? நட்பின் நிலையெண்ணி
மறந்து மறக்க நினைத்தாலும்.
உணர்வின் நிலையெண்ணி மறக்க மறுப்பது மனதின்
குறையோ?

தமிழ்-காதலி

பதிப்புரிமை

இவள் என் வெம்மை தீர்க்க வந்த
தென்றல் காற்று!
வான் இறங்கி வந்த
என் வாழ்வின் வானவில்!
என் வாழ்வில் இனிமை சேர்க்க
வானகம் விட்டு வந்திறங்கியவளோ!
பூவின் மகரந்தம் கொண்டு செய்த
பொன்மகள் இவளோ!
காற்றின் இசைக்கு ஆடும்
வண்ணத்துப்பூச்சி போல காதல் எனும்
மலர் கொண்டு கண்ணாடி பேழைக்குள்
எப்போது இறங்கி வருவாளோ!

Rajagobalan. R

பார்வை பிழை

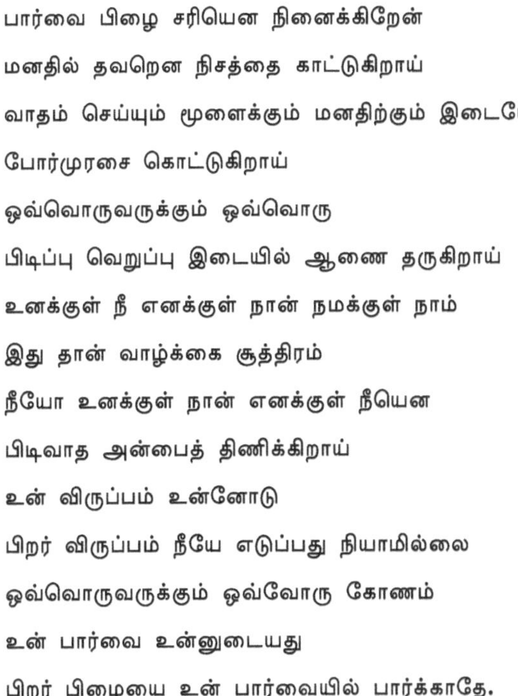

பார்வை பிழை சரியென நினைக்கிறேன்

மனதில் தவறென நிசத்தை காட்டுகிறாய்

வாதம் செய்யும் மூளைக்கும் மனதிற்கும் இடையே

போர்முரசை கொட்டுகிறாய்

ஒவ்வொருவருக்கும் ஒவ்வொரு

பிடிப்பு வெறுப்பு இடையில் ஆணை தருகிறாய்

உனக்குள் நீ எனக்குள் நான் நமக்குள் நாம்

இது தான் வாழ்க்கை சூத்திரம்

நீயோ உனக்குள் நான் எனக்குள் நீயென

பிடிவாத அன்பைத் திணிக்கிறாய்

உன் விருப்பம் உன்னோடு

பிறர் விருப்பம் நீயே எடுப்பது நியாமில்லை

ஒவ்வொருவருக்கும் ஒவ்வோரு கோணம்

உன் பார்வை உன்னுடையது

பிறர் பிழையை உன் பார்வையில் பார்க்காதே.

BASKAR

பிம்பத்தின் மொழி

மனதின் ஆழம் பிம்பமாய்..

சிரித்து சிரித்து பார்க்கிறேன்,

நீ மட்டும் அழுகிறாய்..

என் அழு குரல் ஓசையில்,

என் வாழ்க்கை கடந்ததே.. அய்யோ..

பிம்பமாய் இருக்கும் உன்னுள் நான்..

வானம் வந்து பார்,

உனக்காக மேகங்கள் கைத் தட்டும்..

தென்றல் வந்து உன் கண்ணீர் துடைக்கும்..

தனிமையில் வாடிக் கரையாதே..

தடைகளைக் கண்டு கலங்காதே..

தன்னம்பிக்கை விரித்து மேகங்களை கிழித்தெறி..

உன் வெற்றி பிறர் காண, தோல்விகளை உடைத்தெறி..

உலகம் விழித்தெழ உன்னுள் எரியும் அக்னிப் போதாதோ..

உன் நெஞ்சுறுதியின் தோழனாய் உன் திறமை போதாதோ.

Kishore R krish
@edgeofwriters

பிழைக் கண்ணாடி

உலகின் உவமை புரிந்து,

வினை தெரிந்து, அதன் பிழை புரிந்து,

எழில் அனுபவிக்கவா?

இல்லை இச்சை போல்

இதயத்தை இன்ப அருவியில் மீனாக நீந்த விடச் செய்யவா?

இப்படி சிறிதோ, பெரிதோ,

நம்முள் அச்சமில்லா வினாக்கள் எட்டிக்குதித்து

சமுதாயத்தில் நாட்டியமாடி அரங்கேறி,

எழுத்துகளாக புத்தகத்தில் அமர்ந்திருக்கும்

விடையில்லா வினாக்களின் அகிம்சையும்,

பாவம் அவன் பாமர மனிதன்

அறம் அறியா நிலையும்,

சமத்துவமில்லா சமுதாயமும்,

பெண்ணியம் காக்கத் தவறும் நாமும்,

இணைந்த கரங்களாக சமத்துவத்தை நாடும் வரை,

உரிமையின் பிழை கண்ணாடியாக

கண்முன் தெரிந்தும் பயனில்லை.

AMIRTHA. K

பிழையின்றி பிறந்தேன்.. !

பத்து மாசம் எனைச் சுமக்க;

பாத்து பாத்து நீ நடந்த.

பச்சப் புள்ள எனைப் பெத்தெடுக்க;

பாடு பல பட்டிருக்க.

கை ஓடஞ்ச பொம்ம ஒன்னு;

பக்கத்துல பல் இளிக்க.

சிரிச்சி மகிழ மறந்து - நீயும்

அழுத விழியோடு எனை அணுக.

பேசுவேனோ எனப் பயந்தியே,

என் பேச்சுக்கு ஒன்னும் கொற இல்ல,

என் மாத்து சிந்தனை;

எல்லா நீ போட்ட வெத.

நீ அழுத கடன் தீக்க அனுதினமும்

உனை சிரிக்கவப்பேன்,

கடன் தீர வழி இல்லனா,

ஏழு பிறவியும் உனக்கே பொறப்பேன்,

ஓடயாத பொம்மயா...

Surya Krishnanmurthy

பிழையோ கவிதையில்

கடவுளும் சில நேரத்தில் பிழை இழைக்கிறான்,

அதற்கு மனிதன் பிரிக்கிறான்,

ஊனம் என்றும் குருடன் என்றும்.

மனிதனும் சிலநேரம் கதை அளக்கிறான்.

பிழை கண்ணாடியில் என்றும்,

அவன் உத்தமன் என்றும்.

எறும்பு இனிப்பு திருடியதும் பிழையே.

மனிதன் பொய் உரைப்பதும் பிழையே

பிழைகள் தான் மனிதனின் வளர்ச்சி மழையே

இது கவிதையா? முடிவு உனதே!

Roobini. K

புனித மரம்

வெள்ளை ஆடையில் ஓர் இரவு...

வேர் இழந்த ஓர் செடியாய் ஒரு குழந்தை...

திண்ணை எங்கும் தவழ்ந்த படி...

சிதறி கிடந்த பொம்மைகள் குழந்தையோடு விளையாட..

அப்பா டிவி பக்கத்தில் அமர்ந்து குழந்தையை ரசிக்க.

திடிரென இரவின் சட்டைக்கிழிய...

இருட்டானது குழந்தை உலகம்..

குழந்தை அழ பிரசவ வேதனையோடு அப்பா துடிக்க..

கிழிந்த இரவின் சட்டை தைக்கப்பட்டது...

ஆரஞ்சு வெளிச்சத்தில்..

ஆப்பிள் ஆக உருண்டு ஓடினாள் குழந்தை..

வெளிச்சம் குழந்தையோடு நகர்ந்தது..

அப்பா மெழுகை கையில் பிடித்தபடி..

மெழுகும் மெல்ல உறைந்தது....

Bala Suresh. B

பேரன்பு

இயற்கை அன்னை, என்னை சீராட்டி பாராட்டி வளர்க்க,

நான் வளர்ந்தேன், அவளின் எழிலை வியந்து வியந்து!

வான்மேகம் தந்தையாய் நிழல்தர,

அவர் வடிவம் கண்டு, நெகிழ்ந்து நின்றேன்!

சூரியனாகிய அண்ணன், அவன் கதிர்களால்,

என்னைச் சீண்டி விளையாட,

அவன் சீண்டல்களுக்குள் சிக்காமல் சிதறிச் சென்றேன்!

நிலாவாகிய தங்கையின், நிலையான நிலையை கண்டு,

நிலையற்று போனேன்!

நட்சத்திர நண்பர் கூட்டத்தில் நிரம்பி வழியும்,

கொஞ்சல்களும் கிண்டல்களும் என்னை மெழுகாய்

உருக்கியது!

மரங்களும் கொடிகளும், நான் வணங்கும்

என்பாட்டியும் பாட்டனாரும்!

இப்படிப்பட்ட என் குடும்பத்திற்கு, என் அன்பு;

என் பேரன்பு சமர்ப்பணம்!

நிஷா சத்தியசீலன்

மங்கை என் மனக்கண்ணாடி

உன் முக அழகை மட்டுமே பிரதிபலித்த நான்
உன் அகத்தைப் பற்றி பிரதிபலிக்க மறந்தேனடி!
அதுவே இக் கண்ணாடியின் முதல் பிழை
ஒப்பனை செய்ய மட்டுமே உனக்கு உதவிய நான்,
இவ்வுலகை ஆளப் பிறந்தவள் நீ என்பதைக் கூற
மறந்தேனடி!
நீ கண்ணில் மையிட பயன்பட்ட நான்
காமவெறியர்களைக் தீயிட்டுப் பொசுக்கக்
கற்றுத்தரமறந்தேனடி! - இப்படி
அனைத்தையும் மறந்து மறந்து
பெண்ணான உன்னைப் பதுமையாக மாற்றினேனே தவிர
பதுங்கிப் பாயும்புலி நீ எனக் கூறவில்லை - இவை
அனைத்தும் எந்தன் பிழை
மங்கையான உந்தன் மனக் "கண்ணாடியின் பிழை"

Loganayaki. D

மனப்பிழை

முகக்கண்ணாடியை

இப்போதெல்லாம் பார்ப்பதேயில்லை..

பார்க்கும் சந்தர்ப்பங்களில்

இந்தக் கண்கள் அதிகமாக பேசுகிறது...

அழுது, கோபப்பட்டு அடிமனதை உரசி

பெருந்தீக்குள் தள்ளுகிறது....

கேள்விக்கணைகளை ஏவி விடையில்லால்

விழி பிதுங்கச் செய்கிறது

கவலை, கண்ணீர், காதல், பரிவு, பிரிவுகளை

நியாபகப்படுத்திக் கொல்கிறது...

தவறி தவறு செய்ததை கண்களில்

காட்சி தருகிறது...

மனப்பிழையை காட்டும் மாயகண்ணாடிகள்..

சிந்து. S

மாற்றம்

ஆதியில் நாம் என மொழிந்தவள்,
பாதியில் நான் என மறைந்தாள்!
குருதி கசிய காதலைக் கசக்கி,
மறதி சாக்குச் சொல்லி மறந்தாள்!

மலர்ந்த காதலும் உதிரிப்போக,
உலர்ந்த நானும் திணறிபோக,
தொலைந்த என்னை நானும் தேடி,
கலைந்த மனதை புதுமைச் செய்ய,

தடைகள் தகர்க்க படிகள் ஏறி,
இடையில் அனுபவப் பாடம் படித்து,
நடையில் துணிவுடன் திண்டோளும்,
சிந்தையில் தெளிவுடன் மாறினேன்!

Jeya seelan. K

வாழ்க்கை என்னும் கண்ணாடி

நம் வாழ்க்கை ஓர் கண்ணாடி

நம் பிழைகளை பிரதிபலித்து நம்மை பிழைக்கச் செய்யும்

நமக்கு இன்பம் காட்டும் துன்பம் காட்டும்

நம்மை பற்றி நமக்கே தெரியச்செய்யும்

பல சோதனைகளை உருவாக்கி நம்மை சோதிக்கும்

நம் பயணத்தைக் கடினமாக்கும்

பல வலிகள் தாங்கிய வழிகள் பிறக்கும்

நம் வெற்றிக் கதவை நோக்கி நகரச் செய்யும்

வெற்றிப்பாதையில் தோல்விகள் என்னும் முட்கள் குத்தும்

வெற்றிப்பாதை வேதனை என்ற பனியால் மூடப்படும்

நம்பிக்கை என்னும் கைக்கொண்டு அதனை தகர்த்து

எறியுங்கள்

உங்கள் இலக்கை மட்டுமே நோக்கி முன்னேறுங்கள்

முடியும் வரை முயலுங்கள் வெற்றி உங்களுக்கு வசப்படும்

வாழ்க்கை என்பது வினா

நம் செயல், சிந்தனை, முயற்சி இம்மூன்றுமே விடை

வீ.செ.கார்த்திக்வேல்

வறுமையின் குரல்

நாள்தூரா வேல செஞ்சும்

நாலு காசு கையில இல்ல....

தேவையலாம் பூர்த்தியாக

நெலையான வருமானமில்ல....

வாங்குன கடன் கெடக்கு சொச்சம்

அதை நெனைச்சு பார்க்க விழியில

ஏதோ அச்சம்

உடம்பு வலிக்கு மருந்து வாங்கியே

பாதிக் காசு கிரயமாச்சு....

என் வேதனைகள் ஏனோ

கடவுளுக்கு கேட்காம போச்சு

மொத்தக் குடும்பத்தையும் தாங்கும் அடித்தளமா நாயிருக்க

பிள்ளைக வெரசா தலையெடுக்க

எங்க வறுமை தீந்து வாழ்க்கை வெளிச்சமாகும்!

ச. ஸ்ரீராம்

நினைவு பிழை

ஏங்கியே என்னைத் தாங்கி
தேங்கிய கண்ணீரை உள்வாங்கினேன்
நினைவுகள் கொத்த கொத்த
உடலையும் மனதையும் உருக்கினேன்
காட்சிப்பிழை கண் தோன்றி
மாட்சி செய்ய உள்ளம் மாறினேன்
உறக்க மறந்து உணவு மறுத்து
உடலுயிரை மாய்க்க எண்ணினேன்
பயந்து அழுது மழுங்கி தெளிந்து
வாழ்க்கையை வாழ்ந்து விட ஓடினேன்
பிம்ப மயக்கம் பிதற்ற செய்ய
எதிரொளியாய் என்னை ஏவினேன்
நினைவுப்பிழை கொள்ள கொள்ள
நிசத்தை கைப்பற்ற எதிர்நோக்கினேன்.

துகிரா நாச்சினி

POETRY WORLD ORG.